Sa Ibayo

Joel Haro

Ukiyoto Publishing

All global publishing rights are held by

Ukiyoto Publishing

Published in 2024

Content Copyright © Joel Haro

ISBN 9789367955741

*All rights reserved.
No part of this publication may be reproduced,
transmitted, or stored in a retrieval system, in any form
by any means, electronic, mechanical, photocopying,
recording or otherwise, without the prior permission of
the publisher.*

The moral rights of the authors have been asserted.

*This book is sold subject to the condition that it shall not by
way of trade or otherwise, be lent, resold, hired out or
otherwise circulated, without the publisher's prior
consent, in any form of binding or cover other than that in
which it is published.*

www.ukiyoto.com

Mataas na paggalang at pasasalamat kay G. W. J. Manares, salamat bossing sa pagsasa-aklat ng aking mga obra! Maraming salamat din sa Ukiyoto House, Philippines sa panghihikayat na magpatuloy sa pagsusulat! Sa aking mga kaibigan, kakilala, at pamilya, para sa inyo ito!

Contents

Firefly! Firefly!	1
Malapit Na Ako	3
Pain	4
Flawlesly Flawed	6
White Heron	7
Love Symphony	9
Kailan	10
Flicker	11
Schizophrenic	12
I Hate Rain	13
Luna	15
Ode Of The Black Cat	16
Life is Jazz	19
Unnamed	20
I Want to Build a Snowman	22
Evanesce	24
Fragrance Love	25
'Till The Heavens Grant	27

A Good Night's Sleep	29
Epitaph	31
Ran Out	32
Twisting, twirling, waiting, fading... Anet	33
Bukas Sana	35
Mainit Dito	37
Magmadali Ka	38
(Walang Pamagat)	40
Gusto Kong Matulog	41
Mariposa	43
The Blind Man And His Son	45
Solitary Cage	47
Hagayhay	48
Pin Sa La	50
About the Author	*52*

Firefly! Firefly!

What I picture of paradise
A starry night of crowded fireflies
Down open fields and forest edges
Packed 'round near standing waters

I'll dance with them
Through the music of crickets
Get drenched in soggy places
'Round month of June or May

Let them shower me with love
With their golden sparkling lights
And I'll cry myself to tears
Of joy my eyes are filled

For it's the night where I belong

Sa Ibayo

Wand'ring lost but not alone
For the fireflies will light my way
To a place where I could stay...

Malapit Na Ako

Hindi ka naman gaanong malayo
Isang sakay, isang baba
Papara sa kalsada katapat ng gasolinahan
Maglalakad sa tirik na araw
Pero gusto ko sa bandang hapon kung saan
papalubog na ito
Dadaan sa mga istambay, sa mga batang
nagpapawis kakatakbo
Maaamoy ko ang pawis, ang hapo, ang pangarap katulad ng
pananabik ko sa'yo
Madadaanan ko din ang mga awit, mga kwento at tula
na binubulong ng mga insekto sa kadawagan
Didiretso, kakanan, liliko

May kahabaan man ang daan,
Alam ko kung ano ang nasa dulo

Pain

When I had nothing and no one
I always had pain
It lives within me, a piece of myself
It is made, and is created
Love breeds sacrifice
Which in turn breeds hatred

If you do not share someone's pain
You can never understand them
Those who do not understand suffering
Can never comprehend peace
Even the most innocent child will grow up
As they learn what true pain is
It affects what they say,
It controls how they think
It haunts the very soul

Never cease to exist

Sometimes you must hurt to know,
Fall to grow
And lose to gain
Life's greatest lessons are learned through pain

Flawlesly Flawed

I love your imperfect body
It proclaims how perfect you are
Your face adorned with freckles
It's heaven's unblemished design
I don't mind you tan
You're white as snow inside
Your flawed lips are finer than wine
It drives me crazy as drunk
Let me wander your body
Feel that squishy little belly
I don't require big bosom
Your heart's huge enough
I love your childish gestures
Sparks in your eyes in various colours
Please don't please me too hard
I love you just the way you are

White Heron

A white heron I saw
Beneath the old brick road
Where carabao grass grow
In abundance by the meadow
Her silvery feathers stand out
Yet the sun hasn't shone
I soon caught her attention
As I sing a country song
She flew across the field
'Cross the grass, the riverbed
And graciously she waved
Her long silv'ry wings
Up North, due East, I never knew
The path she took as the cold wind blew
Taken her out of sight
Out my sparkling little eyes

Up you fly little heron
Spread out your wings,
Fly 'cross the horizon

Love Symphony

I've never thought we'd be in harmony
Brought together by Four Seasons
I've seen the love grow in spring
Felt the burning desire in summer
But I never thought the feelings would fall
In the cold breeze of imminent winter
The melodies were left behind
Buried in deep tones of misery
But the stars in your eyes
Shall live longer than history
For the rhythm of love beats for eternity

Kailan

Hindi ko kayang utusan ang ulan
Para diligin ang puso mong nalalanta
Hindi ko din naman mautusan ang hangin
Na ihihip ang paborito mong melodiya
Makikita mo kaya ang dapit-hapon
Kung utusan ko siyang magpakitang-gilas sa'yo
O ang malamlam na buwan
Hindi, hindi ko din maaaring utusan ang buwan

Alam kong gusto mo ang ulan, ang banayad na hangin
Gusto mo ang dapit-hapon, ang buwan
Gusto mo ang buwan at ang ulan, gusto mo ang hangin
Ako kaya, kailan mo magugustuhan?

Flicker

On the verge of existence
Where reality meets delusion
When the questions overflow
With your life living in the shadow
And when your inside wants to burst
Like a prey fighting for dear life
Better be off than carry on
The burden of what we've called for
And before you leave, have to remind
Don't forget to put out the candlelight

Schizophrenic

Last night I saw Samara
Dressed in her favourite nightgown
She wore that bewitching smile
And yet I made a frown

Sometimes I see her, sometimes I don't
And oftentimes that thin dark bloke
He whisper things, so I reckon
Or perhaps an imagination

I can't help, I can't resist
These damn voices in my head
Oh please give me a rest
Lemme sleep sound in my bed

I Hate Rain

I hate rain
For it brings back memories
Its droplets pierce my skin
And scrape the dead melodies

I hate rain
For it makes the sun forlorn
Its droplets cage the sunbeam
And so it felt abandoned

I hate rain
For it shuts the mockingbirds
Its droplets soak their wings
And thus unable to sing

I hate rain

For it reminds me of someone
Its droplets are my tears
And they unearth the long gone

But one thing I love about rain
It constantly marks sign
After the storm and the pain
You'll soon discern the sunshine

Luna

Tonight, the moon shines vividly
Up, up the cloudless sky she rose
Illuminating the sleeping world below
By her mesmerising glow

I gaze at her, merely hypnotised
As she violently devours the night
She floats like a distant burning ember
On the cool breeze of December

She glares at me as my mind wander
Guides my spirit as my soul travel
To the place where my girl stares
At the same Luna whose light ablaze

Ode Of The Black Cat

I was left weeks old
Together with my sister;
Dumped in the sleeping night
With howls cold as winter
I thought we won't survive
But you came to our rescue
I came rushing from the hide
Stumbled upon your shoe
I'm afraid I gave you freight
'Cause I'm black as night
Eyes grey, sleek fur
And so I made my best purr
One day I hear you ring
Played that sunburst string machine
Oh, if I could just clap
So I just made a tail flap

You clean my stool in mornings
And made us bed in evenings
I always climb on your shoulder
And wish to stay like this forever
One day I felt strange
I don't know this feeling
My body was weakened
Seems my limbs were shattered
Oh, if I could just tell my master
He'll know what to do
I feel I'm not gonna last
I'm sorry I made you blue
I wish we had more time together
You could watch me grow
We could play like we used to
And not give you this sorrow
I wanted your soft fingers
Brushing my black sleek hair
Oh, I'll leave you my sister
She'll do good in your care

Tell her I'm sorry
For I'll be gone forever
And to you, my sweet Master
I give you my last farewell

Life is Jazz

Life is jazz
It never settles on a central key
It goes up and down
In intricate melody

Sometimes fast, other times slow
We grow impatient as the time go
It could go Bebop, it could be Blues
The choice is for us to choose

But the best quality we should have
Is to know how to improvise
On whatever beat life put us in
And create the best music from within

Unnamed

I wanna tell you 'bout a girl I saw
I was headin' home,
Under my umbrella's shade
The sun's burnin', I wanna fade
And when the moment I saw her
Everythin' faded away
The cars, the trees, the sun's prickling heat
She's standin' right there, about five feet
As I approach, our gazes met
At that precise moment I knew my heart skipped
She got those eyes, most captivating
Of all the other eyes I've ever seen
I strongly trust that she have
The most pretty face beneath that mask
I wanted to talk to her,
I kinda chickened

But I trust her eyes had said somethin'
I walk past her, regretfully
I know I'll never see her again
I regretted I didn't ask her name
And I watch her as she rode the bus
Gone away leavin' my heart behind
And left the memory when our paths intertwined

I Want to Build a Snowman

All my life I never witnessed
See the beauty of falling snowflakes
Or feel its cold and soft touch
Is it soft? Or is it hard?
Would it look pleasing in my yard?
Is it enough to chill me up?
Or not enough to cheer me up?
I wonder what would I do with it
Put it in a clear jar and keep?
Perhaps I'll make a snowman
And tell him my deepest secret
I'll trust him to keep it
At least he won't make a gossip
I think about giving him a name, unique one
But I'm afraid I'll miss him when the sun come

I never felt the cold breeze of winter
I'm sick of these tropical weather
I want to bury myself in snow
I might freeze to death by tomorrow

Evanesce

I crafted a gift

To be given to you,

Supposedly

On your day

Most importantly

But never mind

What I felt had remind

Me that 'that' was left behind

On that yellow pages

Of our shared foolishness...

So this gift,

I'll keep for myself

And let it tarnish

Just how the mem'ries slowly vanish

Fragrance Love

I walked a narrow path
Down gardens of flowers
Roses, lilies, violets and jasmines

Hundreds and thousands of them
Dancing with the wind
In a vast blue green field

I plucked the best rose
Got cut by the thorns
My blood gushed, splattered and poured
Of glittering sparks of red, yellow and gold

I plucked the best jasmine
There and then it wilted
The petals in the wind they drifted

I spent hours, months and years
And only when I decided to break and cease
I spotted the loveliest piece
And it all made the difference

'Till The Heavens Grant

I love you, you know it
And gave my every bit

If the heavens would allow
I wanted to make my vow

That I will be yours forever
And share the tears and laughter

Together we'll grow old
Until our stories unfold

To our grandchildren
And recount the path we've chosen

But for now I'll wait

Until we come to that date

Where you and I become one
And all the worries will be gone

A Good Night's Sleep

I lay on my back
Listening to the silent night
I hear distant sounds under my bed
No, they're inside my head

They whisper words
Flowing like fountains
The buds divinely blossom
And then turn into flowers

I see the street lights
They're splendidly bright
I see them from my blanket
I see shooting stars up ahead

I slowly drift

In crazy angles I shift
Wandering in dreams and nights
And slowly I close my eyes

Epitaph

I was once a mighty king
Ruling over my great kingdom
Of childhood and innocence
Where everything has freedom
I was once a renowned poet
Speaking the tongues of gods
My words cut through papers
And pierce deep in the hearts

But time changes, and so is me
I always thought growing would be so easy
Now I'm a king of my cellar

And a poet with empty mind

I breathe the air of misery

Living with my decaying weight

I sit alone inviting fate

And patiently waiting for that date

Ran Out

I outstretched my weary eyes
On the majestic realm of the skies
My sight invaded the silvery haze
And heaven's angels met my gaze
Heavy air filled my shrivelling lungs
Suffocating my very own existence
My soul drifted, embraced the clouds
And the angels sung in the heavens
I smelled my life's rotting stench
Caged inside this decaying flesh and skin
Hands of time slowly ticking

Anet

Limang araw ka nang nawawala
Ano na kaya'ng ginagawa mo?
Humihigop ng kape?
Sumisipsip ng paborito nating bubble tea;
Kayakap sana kita,
Habang malakas ang ulan sa labas
Suot ang regalo mong kwintas,
Kahit maingay ang mga sasakyan

Hindi umuusad ang oras

Nakatitig ang ilaw at naglalamay
Sa mga matang mapungay
Mainit kahit may hangin
Dahil sa masarap na putaheng nakahain
I-iisod si bunso
Malapit nang mag alas kwatro

Dadaan sa bintana pag nakahanap ng tyempo

Uwi ka na
Umuulan sa labas;
Dalhin mo ang payong

Bukas Sana

Nagising ako...
Sa panaginip na hindi ko maalala
Pumapasok sa mga siwang
Ang palaso ng makamandag na umaga

Umaga...

Nakasalang na ang takure
Kahit walang kasalong tinapay ang kape
Hihigupin ang mga alaala
Lalamunin ng kawalang pag-asa
Tutupukin ng apoy at dagitab
Ang lantang bulaklak
Pagkakaitan ng dilig ng ulan
Kahit pa tinutulak sa mga hangganan
Hindi mahawan ang masukal

na gubat
Kinakapos sa hininga at ulirat

Ayos lang...
Nakapag kape naman

Umaga na
Namatay ang kahapong nagdaan
May bagong araw na papaslangin
Mag aabang na muli sa pagsaklot ng dilim

Mainit Dito

Masarap ang kape habang mainit
Habang umiiyak ang langit
Hihina, lalakas...
Iiwan ang mga damit na nakasampay sa labas
Bawat higop, nanunuot
Sumisiksik sa mga kalamnan
Dumidilig sa alabok na tigang
Kahit walang ibang laman ang tiyan
Napupunan ang sikmurang kumakalam

Naghihintay, wala ka pa
Ula'y unti unti nang tumitila...
Lumalamig na ang kape

Magmadali Ka

Nasasabik na akong makita ka
Nangangatog na ako sa kakatayo
Mga paa'y malalim na napako
Sa paghihintay;
Nananabik masilayan
Ang pisngi mong kulay rosas
Mga haplos mo't tinig na paanas
Ang leeg mong mahalimuyak
Pawis ay tila dugong dadanak
Sa pagguhit ng gabi
Hindi na mag aatubili
Walang silbi ang kumot kahit na magkubli
Kailan ka babalik?
Araw-gabi akong nasasabik
Mayakap na mahigpit ka't masiil ng halik
Sa liwanag ng mga tala

Maglalakbay sa lalim ng haraya,
Minsan pang isasayaw ka
At panandaliang lilisan pagsapit ng umaga

(Walang Pamagat)

Isang gabing lipos ng pangungulila
Almuwada'y natitigmak sa mga luha
Ang pagsintang nakaukol sa mga bituin
Natakluban sa pag-akap ng dilim
Pilit na bang lilimutin
Ang pag-ibig na sandaling naging atin?

Animo'y lamparang aandap-andap
Unti-unting pinapanawan ng kislap
Ang pagtapo ng mga puso
Sa oras na mali
Hindi na maampat ang mga hikbi
Ipagtapat sa puso kung mananatili.

Gusto Kong Matulog

Kung bilog ang mundo
Bakit hindi kurba ang higaan ko?
Nakikita ba ang wala
Para sabihing wala kang nakikita?
Alam ba ng damo kung saan
siya tutubo?

Marami akong hindi maintindihan
Gaya ng bakit santa si Santa Klaws

Minsan gusto ko maging hangin
madalas ulan
Marami akong hindi maintindihan
Madalas, ako
Minsan sarili ko mismo
miss ko...

Bakit bawal ang maingay sa library
Samantalang maraming nagsasalita
sa mga pahina
Nakakalungkot isipin
Walang public library sa lugar ko

Kung lahat ng chismosa may bayad
kilala ko kung sino ang pinaka mayaman

Nawawala ang strap ng gitara ko pero
Malakas ang kutob kong
masaya siya sa pinagsaluhan naming musika

Sa wakas, patapos na ang pelikula

Mariposa

Paru-paro kang napadpad sa bana
Hindi nakakilala ng samyo ng
bulaklak sa kaparangan

Mga pakpak ay tigmak sa tilamsik
Naparam ang dugo at kulay, nagkukubli
sa anino ng kapanglawan

Iginiya ng sinag ng araw
Pinapagkalat ng ihip ng hangin ang pulbos
ng iyong kariktan

Oh halika, ikaw na gamugamo
Ipakita mo sa akin ang iyong pugad
kung saan natitipon ang mga tala

Sa Ibayo

Sa silong ng mga dahon
Ipagsama mo ang aking diwa
kalaro ng mga alitaptap sa karimlan

At kapagka ang puso'y umawit
Sa himig ng init ng araw at ng ulan ay
bayaan ang pagsinta

Pagkat ipipinta ng bahaghari
Sa pisngi ng langit ang at ihalik sa mga ulap
ang pag-ibig na nahanap

The Blind Man And His Son

There goes the blind man and his son
Carrying with them their worn-out guitar
Singing for people
Of songs I've never heard about
Wandering the bustling street
Men and women don't take notice nor greet;
I wonder what had happened to the old man
And how he lost the soul, his sight
How would he be without his son
Had she forsaken them, the wife
Stories in his words you hear
Haunting voice of this miserable roamer
Like the moonless midnight

His son leads the way
Hand in hand in crossings and traffics

Sa Ibayo

Mighty young man he is
Forged by the souls of his ragged feet
From place to place they wander
On foot and wheels they travel
Seeking for cents and pennies
To tickle their sore rumbling tummies
I came across one time and heard the man
"Old as I am, the songs will never betray you,
It is the blood that flows, the air we breathe
Our life is bolted in the crowded street
If I go six feet under you grab this six-string"

Solitary Cage

Oh how pleasant it is
Waking up at ten in the morning
Though the fact that I have
nothing to eat
I've been eyeing now my janitor fish
Downpour outside
Seeping through the holes in my roof
My books stare at me and me to them
Nothing to do besides haw and hem
Downpour outside
Ten in the morning

Hagayhay

Habang nagduruyan ang buwan sa langit
Sa malumbay na hele ng mga kuliglig
Dumidilig sa ulap ang luha ng mga bituin
Sa malamig at payapang gabi

Mula sa malayo'y dinig
Ang mahinang paghinga ng mundo
Bawat pintig, bawat pag inog
Di mapigil ang oras sa pagtakbo

Bawat kaluluwang natutulog
Sa basbas na halimuyak ng panaginip
Naglalaro sa mga balintataw
Ang paraisong ninanais makamit

Kung ang buwan ma'y magdilim

Sa pagtaklob ng mga ulap
Pasasaan ba't lilipas din
Sa pag hihip ng habagat

Pin Sa La

Kung isa akong makata, susulat ako ng tula
Tulang tungkol sa pag-ibig
Hindi na baleng hindi marami ang tugma
basta't ikaw ang nilalaman
Maglalagay din naman ako ng kaunting tugma
para sakto sa panlasa
Alam ko kasi kung gaano kaselan ang iyong dila
Lalagyan ko ito ng mabulaklak na mga salita,
alam ko kasing ayaw mo ng mapait
Dapat sakto lang ang asim dahil madalas ding magkagalit
Kahit di na siguro maglagay ng paminta
Ibang pampalasa na lang ang gagamitin ko
Ayaw na ayaw mo kasi ng paminta, durog man o buo
Hindi ko na kailangan ng talinghaga
Dahil alam ko din kung ga'no kababaw ang iyong luha
lhahain ko ito nang may kasamang sawsawan,

Hindi dapat maanghang kaya't banayad lang at marahan

Sana magustuhan mo ang inihanda

Kahit hilaw pa ng kaunti ang mga salita

About the Author

Joel Haro

Si Joel Haro, kilala rin bilang si Ashes Frus ay isang manunula(t) mula sa bayan ng Sorsogon. Ang kaniyang mga obra ay may impluwensya ng iba't ibang manunulat.

Sa kasalukuyan, patuloy siyang sumusulat at nagbabahagi ng kanyang mga tula sa iba't ibang plataporma upang makapagbigay-inspirasyon sa mga mambabasa.

www.ingramcontent.com/pod-product-compliance
Lightning Source LLC
LaVergne TN
LVHW041552070526
838199LV00046B/1915